ਸੰਖਿਆਵਾਂ ਦੀ ਕਹਾਣੀ

THE NUMBER STORY

SMALL BOOK ONE

ENGLISH - PUNJABI

Numbers Teach Children
Their Number Names

written and illustrated by

MISS ANNA

Early Reader Edition of *The Number Story 1*
Bronze Medal Winner, 2016 Wishing Shelf Book Award

Library of Congress Control Number: 2018902040

Names: Miss Anna, author.
Title: Number story : numbers teach children their number names / Miss Anna.
Description: Portland, OR: Lumpy Publishing, 2018.
Identifiers: ISBN 978-1-945977-41-1| LCCN 2018902040
Summary: The pictures and rhymes present stories which introduce numbers 0-10.
Subjects: LCSH Numeration—English--Punjabi--Pictorial works--Juvenile literature. | BISAC JUVENILE NONFICTION /
Languages: English--Punjabi
Classification: LCC QA141.3 .M57 2018 | DDC 513—dc23

Publisher: Lumpy Publishing
Website: www.missannabooks.com
Email: missanna@missannabooks.com

Paperback: ISBN 978-1-945977-41-1
Printed in the U.S.A.   1 3 5 7 9 10 8 6 4 2

Want to learn our number names?

ਕੀ ਤੁਸੀਂ ਸੰਖਿਆ ਦੇ ਨਾਮ ਸਿੱਖਣਾ ਚਾਹੁੰਦੇ ਹੋ?

It is very easy and a lot of fun!

ਇਹ ਬਹੁਤ ਹੀ ਆਸਾਨ ਅਤੇ ਮਜ਼ੇਦਾਰ ਹੈ!

Say-along our little jingle

ਸਾਡੇ ਨਾਲ ਸਾਡੀ ਛੋਟੀ ਜਿਹੀ ਕਹਾਣੀ ਗਾਓ!

starting from Number One!

ਅਸੀਂ ਨੰਬਰ ਇੱਕ ਤੋਂ ਸ਼ੁਰੂ ਕਰਾਂਗੇ!

1

ONE looks like my one finger.

੧ ☆ ਇੱਕ

ਇਹ ਮੇਰੀ ਉਗਲੀ ਵਰਗਾ ਲੱਗਦਾ ਹੈ।

ONE!
ਇੱਕ!

2

TWO   trails a tail.

੨ ਦੇ

ਇਸ ਵਿੱਚ ਇੱਕ ਪੂੰਛ ਹੈ।

ਇੱਕ ਪੂੰਛ!

3

THREE   has bumps.

੩ ☆ ਤਿੰਨ

ਇਹ ਇੱਕ ਪਹਾੜੀ ਵਾਂਗ ਹੈ।

ਹਰੀਆਂ ਪਹਾੜੀਆਂ ਵੱਲ ਦੇਖੋ!

4

FOUR carries a sail.

੪ ☆ ਚਾਰ

ਇਹ ਇੱਕ ਕਿਸ਼ਤੀ ਹੈ।

4
A SAIL!
ਇੱਕ ਬਾਦਬਾਨ!
ਪਾਲ ਦੇ ਨਾਲ ਇੱਕ ਕਸ਼ਤੀ!

5

FIVE   is a racing track.

ਪ ਪੰਜ

ਇਹ ਦੌੜ ਲਈ ਇੱਕ ਸੜਕ ਹੈ।

ਇੱਕ ਰੇਸਿੰਗ ਟ੍ਰੈਕ

VROOM
HHH!!

6

SIX   curves like a snail.

੬ ☆ ਛੇ

ਇਹ ਇੱਕ ਘੋਗੇ ਵਾਂਗ
ਮੁੜਿਆ ਹੋਇਆ ਹੈ।

A SNAIL!
ਇੱਕ ਘੋਗਾ!

7

SEVEN has a sharp angle.

੭ ✦ ਸੱਤ

ਇਹ ਇੱਕ ਕੁਹਾੜੀ ਹੈ|

BE CAREFUL! IT'S SHARP!
ਧਿਆਨ ਰੱਖੋ! ਇਹ ਤਿੱਖੀ ਹੈ!

8

੮ ✦ ਅੱਠ

ਇਹ ਇੱਕ ਰੋਲਰਕੋਸਟਰ ਹੈ|

J!
YIPPEE!

9

NINE   is a bubble on a stick.

ਇਹ ਡੰਡੀ ਦੇ ਨਾਲ
ਇੱਕ ਬੁਲਬੁਲਾ ਹੈ।

A BUBBLE! ਇੱਕ ਬੁਲਬੁਲਾ!

10

TEN   is an eye of a whale.

੧੦ ☆ ਦਸ

ਇਹ ਵੇਲ੍ਹ ਮੱਛੀ ਦੀ
ਇੱਕ ਅੱਖ ਬੁਲਬੁਲਾ ਹੈ।

HELLO!
ਹੈਲੋ!

And

ਅਤੇ

0

ZERO   is an empty pail.

ਜ਼ੀਰੋ ○ ਸਿਫ਼ਰ

ਇਹ ਇੱਕ ਖ਼ਾਲੀ ਬਾਲਟੀ ਹੈ।

IT'S EMPTY!
ਇਹ ਖਾਲੀ ਹੈ!

Thank you for playing with us today.

We had a lot of fun too!

ਅੱਜ ਸਾਡੇ ਨਾਲ ਖੇਡਣ ਲਈ ਤੁਹਾਡਾ ਧੰਨਵਾਦ।

ਅਸੀਂ ਵੀ ਬਹੁਤ ਮਜ਼ਾ ਕੀਤਾ।

We are your Number friends,
Zero to Ten,
Who will be here for you~
ਅਸੀਂ ਤੁਹਾਡੇ ਨੰਬਰ ਦੋਸਤ ਹਾਂ
ਸਫਰ ਤੋਂ ਲੈ ਕੇ ਦਸ ਤੱਕ।
ਅਸੀਂ ਹਮੇਸ਼ਾਂ ਤੁਹਾਡੇ ਲਈ ਇੱਥੇ ਰਹਾਂਗੇ।

Bye-bye now!
See you again soon!
ਹੁਣ ਅਲਵਿਦਾ!
ਛੇਤੀ ਹੀ ਤੁਹਾਨੂੰ ਦੁਬਾਰਾ ਮਿਲਾਂਗੇ!

The Numbers are *SINGING* too!

To sing-a-long, look for Miss Anna Number Story
at your favorite music store like iTUNES.

MP3

Numbers 0-10
IDENTIFYING
& COUNTING

Numbers 11-20
& Ordinals
first, second, third...

Numbers 0-100
& Place Values
ones, tens, hundreds...

About Clocks
& Telling Time
hours, minutes, seconds...

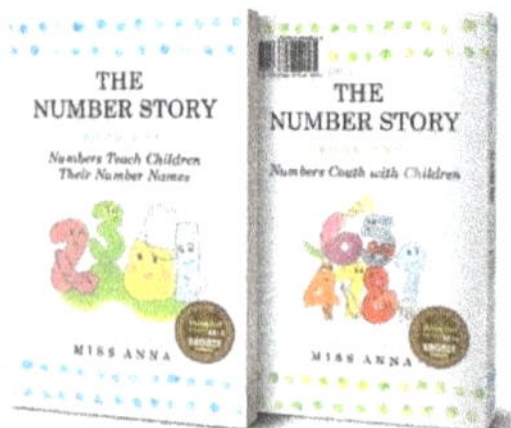

Number Story 1 & 2
isbn: 978-0-996216-48-7

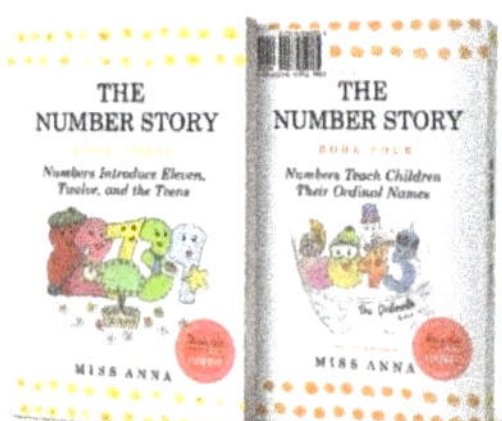

Number Story 3 & 4
isbn: 978-1-945977-01-5

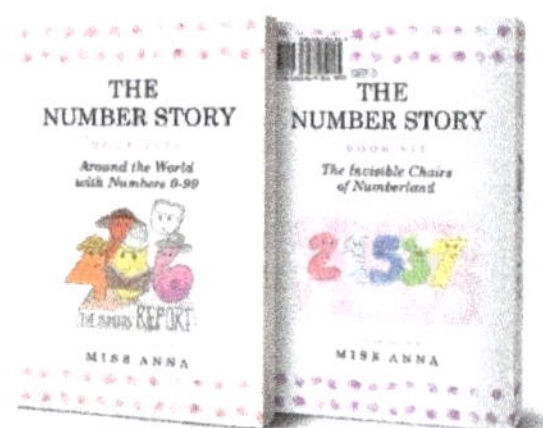

Number Story 5 & 6
isbn: 978-1-945977-06-0

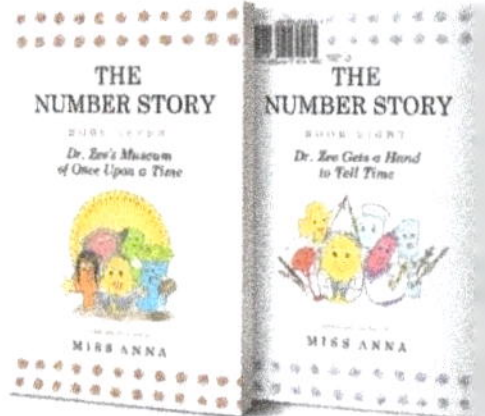

Number Story 7 & 8
isbn: 978-1-949320-40-4

For more Miss Anna books to love,
visit us at

www.missannabooks.com

Numbers are working hard all over the world!
Come Travel the World with Us!

www.ingramcontent.com/pod-product-compliance
Lightning Source LLC
Chambersburg PA
CBHW040901070726
47599CB00035B/2263